பிரிவும் பிரியமான காதலும்

பதிப்பகம்

Pirivum piriyamaana Kaathalum

Written By Akila

Copyright ©

Akila Arun - POETRY WORLD ORG 2021

ISBN (Paperback) - 9789390724499

First Edition : 2021

Book Design by POETRY WORLD

பிரிவும் பிரியமான காதலும்

எழுதியவர்

அகிலா சதீஷ்குமார்

பிரிவும் பிரியமான காதலும்

சிலரோட நினைவுகள் என்பது நம்மால் மறக்க முடியாத

ஒன்று...

இங்கு ஒரு பெண் தன் காதலன்/ கணவன் மீது கொண்ட

காதலை

எப்படி வெளிப்படுத்தி இருக்காங்க

அப்படினு இந்த கவிதை மூலம்

தெரிந்து கொள்ளலாம்...

Author

அகிலா சதீஷ்குமார் இவர் ஒரு இல்லத்தரசி...

பட்டப்படிப்பு முடித்து ஆசிரியராக பணி புரிகிறார்.. .பிரிவும்

பிரியமான காதலும் என்ற தலைப்பில் தொலை தேசத்தில்

வாழும் தலைவனை காணாது வாடும் தலைவியின்

மனநிலை கவிதை மூலம் இப்புத்தகத்தில் தொகுத்து

வழங்கியுள்ளார்

Acknowledgement

எனது பெற்றோர்களுக்கும் நண்பர்களுக்கும் எனது மனமார்ந்த நன்றியை தெரிவித்துக் கொள்கிறேன்..

மேலும் இந்த கவிதை புத்தகம் எழுத உறுதுணையாக நின்ற என் நிழல் என் கணவருக்கும் நன்றிகள் பல...

என்னுடைய கவிதைகளுக்கு உயிர்கொடுத்து இந்த புத்தகத்தை வெளி உலகம் அறிய செய்த *PWO (Poetry World Organisation) tamil team,* உங்கள் அனைவருக்கும் என் நெஞ்சார்ந்த நன்றிகள் பல...

குரல் காதல்

உன் குரல் போதும்

வழிந்தோடும் கண்ணீரும்

இவள் இதழ்சிந்தும்

புன்னகையென்னும்

முத்தாக மாற...

காதல் சின்னமாய்

உடைத்தெரியப்பட்ட

இவள் மனம்

அனுதினமும்

சேமிக்கிறது

உன் நினைவுகளை....

யாதுமானவன்

இதயத்தோடு துடிப்பாக

விழியோடு இமையாக

இவள் கவியோடு

எழுத்தாக என யாதுமாகி

நிற்கிறாய் என்னுள்....

பிரிவின் தனிமை

இரவுகளும் பரபரப்பாக

நீண்டு கொண்டிருக்க

இவள் தனிமை

உன்னை நினைத்து

நீள்கிறது கூட்டநெரிசலில்

தாயைத் தேடும்

பிள்ளையாய்.....

பிரிவின் தாலாட்டு

கருவியை பிரியும்

இசைப்போல

உன் பிரிவின்

கண்ணீரும் ஒரு

இசையென

என்னை

தாலாட்டுகிறது

தலையணையுடன்...

ஏதேனும் ஒன்றை

மறந்துவிட

தடுமாறுகிறது

இதயம்

உன்னால் மறந்த

என் நினைவுகளை

நீ நினைவுகூற....

தொலைதூர அலைபேசி காதல்

பேசி தீர்த்த சொற்கள்

குவிந்திருக்க

உன் விரல்கள்

மெல்ல அலைபேசியை

தீண்டிட காத்துக்கிடக்கிறது

வார்த்தைகள் எல்லாம்

வரமாய் உன் இதழ்

கொண்டு

உயிர்ப்பிக்க....

நம் காதல்

நீ நானாகிவிடு

நான் நீயாகி

விடுகிறேன்

பிரிவின் தனிமையில்

இருவரின்

மனமும் காதலோடு

ஒன்றாகிவிடும்....

பெயர் காதல்

எழுதும் வேளையில்

சிந்திக்க இடம்தராமல்

கைவிரல்கள் தீட்டிடுதே

உன் பெயரை என் பெயரின்

பின்னால்....

தூரங்களும் பாரங்கள்

ஆகிறது உன்னை

காணாது விழிகள்

தவிப்பதால்...

வேறென்ன வேண்டும்

இந்த காதலுக்கு கதைக்கும்

இவள் விழிகளை

கண்டு கவி எழுது

இதழ் உரைக்க....

நினைவுகளின் தேடலில்

அனுதினமும்

இடம்பெயர்கிறது

உன் பெயர்

என் உயிரெழுத்தாய்......

கைகோர்க்கும்

நெருக்கத்தை

எதிர்பார்த்து தவம்

கிடக்கிறது காதல்......

என்னருகில் நீ

இருந்தால் நின் காதல்

ஆசைகளை சேர்த்து

தேகம் எங்கும்

நெய்த்துக்கொள்வேன்

முத்த ஆடைகளாய்...

காதல் யாசகி

பெருவாழ்வின்

பேரின்பமாய்

நீ இருக்க

தினந்தோறும்

யாசிக்கிறேன்

உன் காதலை....

முடிவிலி

காதலோடு கவிதையும்

கதைக்கிறது அவன்

பெயரை என்

முடிவிலியாய்....

உன்னிடம் மட்டுமே

சண்டையிட துடிக்கிறது

இந்த காதல்

பாடங்களின்

விளையாட்டுகள்....

அலைபேசியை கண்டு

விழித்தெழுகிறேன்

அனுதினமும் உன்

குறுஞ்செய்தி என்னும்

நாமத்தை உச்சரிக்க....

இவள் இதழ்

பேசும் வார்த்தைகள்

அனைத்தும் உனக்கு

பிடித்தவையே

இவள் தரும்

முத்தங்களைப் போல...

இவளை காண

கவியோடு வருவாய்

என தெரிந்தே

தனிமையில் தவம்

புரிகிறேன்

முழுமதியாய்...

உன் நினைவோடு

கழிக்கிறேன்

இரவின் ஆயுளை....

பகலோடு கைகோர்க்க...

இரவுக்கு வாக்கப்பட்ட

நிலவாய் உன்

நினைவுகளுக்கு

அடிமையாய்

இவள் காதல்....

உனக்கானவள் நான்

என உன் இதழ்

கூறும் முன்னரே

கண்ஜாடையில்

கூறிவிட்டாய்

உன் காதலை....

ஒளியாக நீ வந்தால்

இருளோடு தொடரும்

நிழலாக மாறி

துணையாக நான்

வருவேன்

முப்பொழுதும்.....

கண்களில் கைது செய்தேன்

காற்றாக இவள்

இமை மூடினாய்...

இதயமதில் சிறைசெய்தேன்

எனக்காகவே துடித்து

கொண்டிருக்கிறாய்

தினந்தோறும்....

நீ இருக்கும் வரை

தொலைப்பதற்கும்

தொல்லை செய்வதற்கும்

ஏதுமில்லை....

இன்று உன் பிரிவால்

தொலைந்த என்

இதயத்தை தொல்லை

செய்கிறது உன் நினைவு....

வெளிச்சம் தேடி கடக்கிறேன்

ஒவ்வொரு விடியலையும்....

வெண்ணிலவு என்

வாழ்க்கை துணையாக

இருப்பதை மறந்து....

அலாதியான பயணத்தில்

சின்ன சின்ன

தவிப்புகளும்

ஏக்கங்களும்

என்னை மையல்

கொண்டு துரத்துகிறது

உன் நினைவுகளுடன்....

உன் கை சேர

கணையாழியும்

என்ன தவம்

செய்ததோ

கண்ணாளனின்

நினைவுச் சின்னமாய்

மாறி கதைக்கிறது..

செவ்வானம் நீயானால்

உன்னை தீண்டும்

கருமேகமாய்

நான்மாறி

தாலாட்டிடுவேன்

நீ துயில....

நீ இம்சை செய்த

நாட்களெல்லாம்

இவள் இமையோடு

கதைக்கிறது

கண்ணீராய்.....

தூவலின் பொழுதுபோக்கு

எல்லாம் உன்

பெயர் தான்

அனுதினமும்

எழுதிட என்னை

பழக்குகிறது

காதல் கிறுக்கியாய்....

கடலை சேராத

நதியைப் போல

உன்னை காணாது

தவிக்கிறது இதயம்

ஆழியை ஆர்ப்பரிக்கும்

அலையாய்.....

நம் இதழ்பேசும்
கவிதைகளை
கொண்டு இந்த
இரவினை
உயிர்ப்பிப்போம்
வா கண்ணம்மா....

இவனை பின்
தொடரும்
நிழலாக நீ வர
சுமந்திடுவேன்
உன்னை
முதுமையிலும்....

தோள் சாய்ந்து

கனா கண்ட

காலமெல்லாம்

கானல் நீராய்

கடந்து செல்கிறது

தொலைதூரத்தில்

நீ இருக்க....

தூரவானமாய்

உன் நினைவுகள்

மெல்ல வருடுகிறது

இவள் இதயத்தை...

நினைவு படகு

கானல் நீராய்

போன கண்ணீரில்

அனுதினமும்

நீந்துகிறேன்

உன்னை காணாது....

இரவின் அழகை

தனிமையில்

ரசிக்க நினைக்கிறேன்

அந்தி வானமும்

வெட்கம் கொள்கிறது...

அவன் நினைவோடு

வெண்ணிலவாய்

நான் இருப்பதை

கண்டு.....

கண்ணீர் துளியில்

கரைந்து விடுவேன்

என எண்ணி

என்னை காணமால்

செல்கிறாயோ

தொலைதேசத்திற்கு.....

மறக்க நினைக்கும்

பொழுதுகள்

உயிர்பெற்று

உலா வருகிறது

இதயமதில்....

உன் நினைவுகளோடு....

காதலில் தனிமையின் மொழி

தனிமையை துணையாக

பழக்கி கொள்பவர்களின்

தாய்மொழி என்றுமே

"கண்ணீர் தான்"

உன் விரல் கோர்த்து

நடைபோடும்

நெருக்கங்களில்

அடிமையாகி

போகிறேன் உன்

அன்பிற்கு.....

தனிமை போர்த்திய

இரவின் அழகில்

என்னை பழக்கு

உன் நித்திரையில்

உலா வரும் கனவின்

தூதுவனாக....

நினைவுகளோடு நடக்கையில்

உரசிக் கொண்டே வருகிறாய்

கடற்கரையில் காலோடு

ஒட்டிக்கொள்ளும்

மணல்துகள் போல

இவள் உடலோடு

ஒட்டிக்கொள்ளும்

உயிராக....

இசையில் மூழ்கிய

தருணங்களில்

என்னை மறந்து

என் நினைவுகள்

அவனைத் தேடி

அலைகிறது

இயற்கையாக....

கண்ணாளனின்

கண் அசைவில்

தினமும்

கவிழ்கிறேன்

காதல் படகாய்....

விட்டு செல்லும் நேரங்களில்

தொலைந்த இதயம்

தேடி அலைகிறது

நீ போன பாதையின்

சுவடுகளை...

இணைந்தே ரசித்தோம்

கண்ணீரின் வலிகைகளை

பிரிதலின் ஏக்கங்களை

ஒற்றைக் குடையில்

ஓராயிரம்

மழைத்துளியாய்

நம் காதல்

பயணத்தை....

காத்திருப்பின் வரிகள்

தனிமையில்

என்னை தழுவி

காதலோடு

இசைக்கிறது

கனாவில்

அவனுடன் நான்

வாழ்ந்த

நாட்களை....

நினைவின் வழித்தடத்தில்

நீயும் நானும்

இருவேறு கரைகளில்

பயணிக்க,

இணைக்குமா

நம் காதல் நம்மை

நித்திரையில்...

சேமித்த நின்

காதல் நினைவுகள்

எல்லாம் இதயத்தோடு

போர் செய்கிறது

துடிப்புகளாய்....

காத்திருப்பின் சுவாரஸ்யம்

உனக்காக காத்திருப்பதும்

சுகம் தான் என

உணர்ந்து கொண்டேன்...

நம் காதலின் சுவாரசியத்தை

நான் உணர்ந்த போது...

காத்திருக்கிறேனடா நான்

கைக்குட்டை போல

என்னை நீ உன்

உள்ளங்கைகளில் ஏந்த....

இரண்டாம் கருவறை

தாயின் கருவறை

சுவாசத்தை உணர்ந்தேன்...

அவன் மார்பில்

தலை வைத்து

உறங்குகையில்......

உணர்ந்தேனடா என்

இரண்டாம் கருவறை

உன் இதயம் தான் என்று...

சரியா தவறா

என தெரியவில்லை

என் காதல்....

அதையும் தாண்டி

என்னை ஏங்க வைத்தது

உன் அன்பு மட்டுமே...

தடம் அறியா

பாதையிலும்

கை பிடித்து நடக்க

உன் விரல்கள் போதும்

கைதடியை பிடிக்கும் வரை...

கனவுகள் கோடி

கண்டேனடா கண்

இமைக்காமல் நீ வரும்

பொழுதை எண்ணி.....

கண்மூடித் திறக்கையில்

முத்தங்கள் கோடி

நீ கொடுக்க

சத்தமில்லாமல் உடைந்தேனடா

உன்

கண் அசைவில்.....

நாம் இருவரும்

ஒன்று தான்

கடிகாரத்தில் உள்ள

முட்கள் போல...

நீ செல்லும் இடமெல்லாம்

நானும் உன்னை பின்தொடர்வதால்.......

என்னை தீண்டும்

உன் ஞாபகங்கள்

உயிர் தூண்டும் ஆசைகள்

எப்படி சொல்வேன்

நீ என் அருகில்

இல்லை என்று...

விடியலைத் தேடி

நீளும் இரவாகவே

மாறிவிட்டது

என் வாழ்க்கை.....

பகிர்தலின் எல்லைகள்

விரிந்த பிறகு..

உனக்குள் நானும்

எனக்குள் நீயும் பேசிய

வார்த்தைகள் என்றும்

இனிமையானது...

கனவிலும் மறவேனடா

அந்நாட்களை....

உன்னிடம் நான்

பேசும் பொழுதெல்லாம்

ஏமாற்றங்கள் தான்

என்னிடம் பேசுகின்றது

உன் மீது அவன்

கொண்ட காதலின்

அளவு அதிகமே

துவண்டு விடாதே என்று...

அவனை நினைத்து

துடித்து கொண்டு

தான் இருக்கிறாயா

என கேட்கும்

இதயத்திற்கு எப்படி

சொல்வேன் அந்த

உயிர் இல்லையேல்

நீ இல்லை என்று...

மௌனமும் ஒரு அழகு

என அறிந்துகொண்டேன்...

ஒலிகளற்ற பேரமைதியில்

உன் மூச்சு காற்றினை மட்டும்

நான் சுவாசித்த போது....

நான்கு சுவர்கள் இருக்கும்

நம் அறையில்

தனிமையில் காதலோடு

நான் காத்திருக்க

உன் மூச்சு காற்றும்

பேசுதடா என் காதோரத்தில்...

மனம் திரும்பிச்

செல்லாத வழியில்

நம் நினைவுகளும்

காத்திருக்கிறதடி

காதலோடு....

தூரங்களில் பிரிவு

இருந்தாலும் நம் காதலில்

தளர்வு இல்லையடி

கண்ணம்மா..

முடி நரைத்தாலும்

முடியாதடி நம் காதல்...

கற்பனையில் மலர்ந்த

கவிதை தான்

என் காதலும்

உன் கனவுகளில்...

உதிராத பூவாக

என்றும் வாசம் வீசும்

உன் நினைவுகளுடன்....

இவள் தொலைத்த

புன்னகையை

மீட்டெடுக்கும்

முகவரியாய்

உன் முகமே....

அலைபேசி இரவு

விடியல் தெரியாத உரையாடல்

என்ன பேசுவதென்று

தெரியாமல் ம்ம் மட்டும் கொட்டியே

கதைத்த தருணங்கள்....

அளவில்லா ஆனந்தமாய்

அவன் குரல் கேட்டு மகிழ்ந்த

இரவுகள்....

இவளை தாலாட்டும் கீதங்களாய்

அலைபேசி சூடேற அவன்

தந்த முத்தம்.....

நள்ளிரவும் அறியாமல்

நங்கை அவள் கதைத்த கதைகள்....

வெண்ணிலவும் விண்மீன்களும்

ஒளியூட்டி தாலாட்டிய

யாமத்தின் மத்தியில்

இவளை வெட்கம் கொள்ள

செய்த வார்த்தைகள் என

ஓயாமல் உன்னுடன் தொடர்கிறது

நம் அலைபேசி இரவு.....

சில நாட்கள் தோற்கிறேன்

சில நாழிகைகள் உயிர் பெறுகிறேன்

உன் நினைவுகளால்...

தொலை தேசத்து பறவை

இவள் தோள் சேரும்

நாள் என்றோ என எண்ணி

ஒவ்வொரு நாளும்

கரைகிறேன் காதலுடன்....

உன் நெருக்கத்தில்

நான் உன் காதோரம்

வருடும் மயிலறகாக

மாறி என் காதல்

ஆசைகளை

முணுமுணுத்திட

தினந்தோறும்

ஏங்குதடா உள்ளம்.....

சின்ன சின்ன

சண்டைகளிலும்

ஊடல்களிலும்

தோற்றேனடா

உன்னிடம் ஏன்

என்று தெரியவில்லை

கேட்டுப்பார் அதன்

அர்த்தத்தை உன் முத்தத்திடம்.....

உன் குரல் கேட்கும்

நேரங்களில்

கொல்லுதடா

ஏக்கம் என்னை...

உன் காதலை

நீ கூறுகையில்

தவிக்கிறேன்டா...

நம் நினைவுகளை எண்ணி...

உருகும் மெழுகாய்
காத்திருக்கிறேன்
உரசும் தீக்குச்சியாய்
நீ வரும் வரை....

❤ ❤ ❤

அமாவாசை நிலவின்
அழகு இரவில் தான்...
அதுபோல தான்
என்னவனின் காதலும்
என்னை இதயத்தோடு
சேர்த்து வைத்து தைத்ததால்....
இருளிலும் அழகானது
எங்கள் வாழ்க்கை...

❤ ❤ ❤

ஆசைகள் அதிகமாகிறது

உன்மேல்...

குழந்தையாய்

சிணுங்கும் பொழுதும்..

தாயாக அரவணைக்கும்

பொழுதும்...

வருவாயா மீண்டும்

காதல் செய்ய...

காத்திருக்கிறேன்

அறுபது வரை...

இளமையில் இருந்து

முதுமை வரை

நம் காலங்கள்

கடந்து போகலாம்...

இனி நம் பிரிவின்

காயங்கள் மறைந்து

காதலின் காலங்கள்

தொடரட்டும்...

அவன் ஒரு அதிகாரம்

நான் என்ற உறவுக்கு

நாம் என்னும்

அர்த்தங்கள் தந்தவன்....

தோள் தட்டி கொடுக்கும்

தோழமையாய் என்னில்

வந்தவன்....

தந்தையின் தேசத்திற்கு

ஈடான இன்னொரு

தந்தையானவன்....

இவளின் திறமைகளை

வெளிக்கொணரும்

ஆசான் போன்றவன்...

கோபங்களில் சுட்டெரிபவன்....

வெளிர் புன்னகையில்

வெள்ளந்தியானவன்....

மனம் மயக்கும்

வார்த்தைகளுக்கு மன்னன் அவன்...

விழி போதையில் என்னை

வசியம் செய்யும் என்னவன்...

யாதுமாகிய இவளுக்கு

அதிகாரமான அன்பானவன்..

நித்தமும் உன் நினைவுகள்

என் இதயத்தை ரணமாக்க

கனவோடு கதைத்த நம்

காதல் நிகழ்வுகள்

கண்ணீரோடு

காயமாக்குகிறது

தலையணையை....

நித்திரையின் ஏக்கமெல்லாம்

நின் திருமுகம் கனாவில்

காண அல்ல....

கண்ணணின் குழல் இசைகேட்டு

மயக்கும் ராதையாய்

உன் நினைவுகளின் தாலாட்டில்

ரணமான இதயம்

காதலோடு தவிக்கிறது

நீ வரும் நாளை எண்ணி....

I Love you

அனுதினமும் சண்டையிட்டு

கொண்டாலும் ஒருநாளும்

சொல்ல மறந்ததில்லை

இந்த காதல் நாமத்தை....

❤❤❤

சிறைப்பட்ட இதயத்தில்

புதிதாய் ஒரு

வெளிச்சம் ...

காரணம் கேட்டால்

கரிசனமாம் என்

காதல் மேல்

அவளுக்கு....

❤❤❤

ஊடல்

சண்டையிடு

அனுதினமும்

இவளிடம்...

நம் நெருக்கங்கள்

அதிகமாக...

கோபம் கொண்டு

பேசு என் செல்ல

கெஞ்சல்களில்

நம் ஊடல்கள்

ஊஞ்சலாட...

உன் இருவிழி வருட

என் தாய்மொழியும் திமிர..

உனக்காக எழுதும்

கவிதைகளில் தினமும்

தொலைந்து போகிறேன்

நான்....

மாயவளே

மழை சாரலோடும்

கொஞ்சம் காதலோடும்

என்னை பார்த்தது ஏனடி...

கொஞ்சும் உன்

அழகில் குளிர்காய

கெஞ்ச வைக்கிறது

இந்த இரவு....

மறைத்து வைக்கப்பட்ட

கடிதம் என உன்

பார்வை தீண்டும்

போதெல்லாம்

சிலிர்க்கிறது

இவள் தேகம்

காதலால்....

இருக்கங்கள் குறையா

விரல் நுனிகளை

அனுதினமும்

கேட்கிறேன்

உன் நெருக்கத்தில்...

வெற்றுத் தாள்களில்

நிரம்பிய

வார்த்தைகளென

என் தமிழ்

கொஞ்சி தீர்க்கிறது

அவன் அழகை

கவிதைகளாய்....

"அழகன்"....

இதயம் இல்லாதவள்

என்றான்...

ஆம் இதயமே இல்லாதவள்

தான் நான்

என் இதயம் உன்னுடன்

இருப்பதால்...

கேட்டுப்பார் உன்

இதயத்தின் துடிப்பை

என் கண்களில்...

உனக்கும்   எனக்குமான

இடைவெளியில் தவிப்பது

என் மனமாக இருந்தாலும்

உனக்குள்ளும் இருக்கிறது

என் ஞாபகங்கள்...

இடைவெளியை போல

நம் காதலும்

உனக்காக

காத்துக்கொண்டிருக்கிறது.....

இயல்பாய் வந்து

இணைந்து கொள்கிறது

அவன் நினைவுகள்

என் கனவுகளில் ...

காத்திருக்கிறேன் என்

நினைவுகளில் வரும் நீ

என் உறவாகவும் வர

இணைத்து கொள்

என்னையும் உன்னோடு..

பகலின் நீட்சியாக

இரவுகள் மாறிவிட

பேசும் நேரம் குறையலாம்...

நம் காதல் குறையாது..

இரவினில் தொடரும்

காதல் கதை

பகலிலும் நீட்சியாக

தொடர்கிறது உன்னாலே....

உன்னிடம் என் காதலை

சொல்ல காகிதம்

தேவையில்லை

என் இரு விழிகள் போதும்....

சிறைப்பிடித்து விடுவேன்

உன் இதயத்தை..

முகத்தை மறைத்துக்

கொண்டு இரு விழிகளாலே

கொள்கிறாயடி என்னை..

விட்டு விடு நான்

வாழ நினைக்கிறேன்

உன் விழிகளில்..

உன்னை காக்கும் இமையாக...

உயிர் இருந்தும்

உணர்வு இல்லாத

இவளுக்கு

முதுமையிலும்

உணர்வுகளை தருவது

உன் காதல்...

இசையைப் போல

ஆசுவாசமானது

உன்னிடம் நான்

பேசும் நிமிடங்கள்..

கவலையும் கரைந்து போகும்

உன் குரல் கேட்க...